ஆன்மாவின் பெருந்துயர்

ஈஸ்டர் ராஜ்

ஆன்மாவின் பெருந்துயர்	:	கவிதைகள்
ஆசிரியர்	:	ஈஸ்டர் ராஜ்
	:	© ஆசிரியருக்கு
முதற்பதிப்பு	:	ஜனவரி 2023
வெளியீடு	:	வம்சி புக்ஸ்
		19, டி.எம்.சாரோன்,
		திருவண்ணாமலை - 606 601
		9445870995, 04175 - 235806
அச்சாக்கம்	:	மணி ஆப்செட், சென்னை - 600077
விலை	:	₹ 150/-
ISBN	:	978-93-93725-30-1

Anmavin perunthuyar	:	Poems
Author	:	Easter Raj
	:	© Author
First Edition	:	Janauary - 2023
Published by	:	Vamsi books
		19.D.M.Saron,
		Tiruvannamalai - 606 601
		9445870995, 04175 - 235806
Printed by	:	Mani Offset, Chennai - 600 077
	:	₹ 150/-
ISBN	:	978-93-93725-30-1

www.vamsibooks.com - e-mail: vamsibooks@yahoo.com

அம்மா அப்பாவிற்கு

ஆசிரியர் குறிப்பு

அ.ஈஸ்டர் ராஜ் (1976)

கரூர் மாவட்டம், க.பரமத்தி அருகிலுள்ள முன்னூரில் பிறந்தவர். பெற்றோர்- அப்பாதுரை, கிரேஸ் ஆவர்.

இளநிலை அறிவியல் படிப்பு முதல் தமிழில் முனைவர் பட்ட ஆய்வு வரை திருச்சி பிஷப் ஹீபர் கல்லூரியில் பயின்றவர்.

முதுகலைத் தமிழ் இலக்கியம் பயின்றபோது ''கவிஞர் பிரியகுமாரனின் இவனைச் சிலுவையில் அறையுங்கள்'' என்ற கவிதைத் திறனாய்வும், ஆய்வியல் நிறைஞர் பயின்றபோது ''கவிஞர் பழநிபாரதியின் கவிதைகளில் சமுதாயப் பார்வை'' என்ற தலைப்பிலும், முனைவர் பட்டத்திற்கு ''நவீனத் தமிழ்க் கவிதைகளில் புலப்பாட்டு உத்திகள் (2001-2005)'' என்ற தலைப்பிலும் திறனாய்வினை மேற்கொண்டவர். 5.9.2007 முதல் திருச்சி பிஷப் ஹீபர் கல்லூரியில் தமிழ்ப் பேராசிரியராகப் பணியாற்றி வருபவர். மலேசியா, இலங்கை முதலிய நாடுகளுக்குச் சென்று மாணவர்களுக்கு நவீனக் கவிதை குறித்து உரையாற்றி வருபவர். குறிப்பாக, 2014 இல் இலங்கை-பேராதனைப் பல்கலைக்கழகத்தில் ''ஈழத்துப் போர்க்காலச் சூழல்'' என்ற தலைப்பில் ஈழத்துக் கவிதைகளை முன்வைத்து மாணவர்களுக்கு உரை நிகழ்த்திய சிறப்பிற்குரியவர்.

சொற்களின் கிளைகளில் வந்தமருங்கள்
- அகரமுதல்வன்

மொழியின் தாழியிலிருக்கும் சொற்களைப் பூமிக்கு மேலிருந்து உணரக்கூடியவனே கவிஞன். அந்தச் சொற்களால் அவன் அளிக்கும் சித்திரங்கள், பாவனைகள், சத்தங்கள், தரிசனங்கள், கேள்விகள், பதில்கள் எல்லாமும் கவிதை வடிவை அடைகின்றன. தமிழ்க்கவிதைகளின் பள்ளிமரபுகள் பலவிதமானவை. அவற்றுள் அகவெளிப்பாடுகளும், சத்தமின்மையும் கொண்டு, தத்துவார்த்த தரிசனங்களை முன்வைக்கும் மரபு ஒன்றெனில், இன்னொரு பள்ளிமரபு என்னவெனில், நேரடியாகத் தனது அகவெளிப்பாடுகளையும், வாழ்வியல் பாடுகளையும் விவரணைகளாகவும், கொந்தளிப்பாகவும் முன்வைத்து அதன்மூலமாக ஏற்கனவே இங்குள்ள தத்துவார்த்தங்களையும் சத்தமின்மையையும் கேள்வி கேட்பதும், சந்தேகிப்பதுமாக அமைந்திருக்கிறது. இந்தக் கவிதைகளையே தமிழ்க் கவிதைப் பரப்பில் அரசியல் கவிதைகள் என்று அடையாளப்படுத்துகின்றனர். இந்த அடையாளமிடலோடு எனக்கு உவப்பில்லை. அரசியல் கவிதைகள் என்பதைத் தமிழ்க் கவிதைப் பரப்பில் எந்த அர்த்தத்தில், நோக்கத்தில் யார் பயன்படுத்துகின்றனர் என்ற ஆழ, அகலங்களை அறிந்தவர்கள், இந்த அடையாளமிடலின் உள்ளீட்டையும் அறிவார்கள். கவிஞர் ஈஸ்டர் ராஜ் அவர்களின் ‘‘ஆன்மாவின்

பெருந்துயர்'' என்கிற இந்தக் கவிதைத் தொகுப்பு நான் கூறிய இரண்டாவது மரபைச் சார்ந்தது.

''எனது துயரத்தை வெளிக்காட்டச்

சொற்கள் இல்லை''

எனத்தொடங்கும் ''ஊமை மொழி'' என்கிற கவிதை, மேற்கூறிய கருத்துக்குப் பலமாக அமையும். கவிதைகள் காலங்காலமாகப் பாடப்படுகின்றன. அந்தகார இருளில் ஒளிதருகிற சுடரையும், இருள் எரிக்கும் பெருந்தீயையும் பாடிக்கொண்டிருக்கும் கலைவடிவமிது.

''ஒற்றைக் கத்தியாய்ப் படுத்திருக்கும் நாவே

உன் சுழற்சியில் பீறிடும் ரத்தம் யாருடையது''

என்கிற ஈஸ்டர் ராஜ் கவிதை எனக்கு குஞ்நுண்ணியின் கவிதை வடிவத்தை நினைவு படுத்தியது. எல்லாமும் எளியது. எளியவற்றுக்குள் இருக்கும் தத்துவ மலர்தல்களைக் குஞ்நுண்ணி நேரடியாகவே கவிதைக்குள் காண்பித்தார்.

''ஒரு பெரிய கப்பல் எனக்கிருந்தது அதையங்கு

இறக்குவதற்கு ஒரு0 சிரட்டைத் தண்ணீரும்''

என்ற குஞ்நுண்ணியின் கவிதைக் கட்டமைப்பை ஈஸ்டர் ராஜ் மேற்குறிப்பிட்ட கவிதையில் கையாண்டிருக்கிறார். உலகில் எழுதப்படும் கவிதைகள் பலவற்றுக்குப் பொதுவான அம்சங்கள் இருக்குமெனத் தோன்றுகிறது. ஆனால் அவற்றினுள் இயங்கும் வேட்கையும், சூழலும் வேறுபடும். ஈஸ்டர் ராஜ் தனது கவிதைகளின் மூலம் துல்லியமான ஓர் உலகை மட்டும் வாசகனுக்கு அளிக்க விரும்பவில்லை. வெவ்வேறு தளங்களில் தனது மொழியை நிகழ்த்திப் பார்க்கிறார். அந்த மொழியும் பொழிவும் பைபிளால்

வழங்கப்பட்டவை. அவர் அங்கிருந்துதான் தனது அகத்தினைக் கண்டடைகிறார்.

ஈஸ்டர் ராஜ் நேரடியான கவிதைகளை எழுதுவதில் கைதேர்ந்திருக்கிறார். ஆனால் தருணங்களையும், அது தரவல்ல சிலிர்ப்பையும் கவிதைகளில் அனுமதித்திருக்கலாம் எனத் தோன்றுகிறது. நவீன கவிதையின் இயல்பே நெகிழ்வு என்பதே எனது தரப்பு. ஈஸ்டர் ராஜ் அந்த இயல்பை அடுத்த தொகுப்புக்களில் கைவரப்பெற்றுவிடுவார். ஒரு அசலான ஊற்றில் இருந்து சுரந்த நீரைப்போலத் தெளிவானது இந்தத் தொகுப்பு, அதனால் தான் ''ஆன்மாவின் பெருந்துயர்'' எனப் பெயர் சூட்டியிருக்கிறார்.

''ஒரு பறவை அமரும் வரை
மரத்திற்கு இல்லை தியானம்
மரத்திற்கு இல்லை ஒளியின் தாகம்''

இந்தக் கவிதையின் மூலம் வாசகன் ஒருவனின் மனத்தினுள் வந்தமரும் கவிஞனாய் ஈஸ்டர் ராஜ் ஒரு நிலை அடைந்திருக்கிறார். அவர் மொழியின் கூர்மையால் இன்னும் இன்னும் கவிதைகள் படைக்க வேண்டுமென வாழ்த்துகிறேன்.

என்னுரை

எனது நெடும் பயணத்தில்...

நம் அன்றாட நிகழ்வில் எத்தனை எத்தனை பார்வைகள், களிப்புகள், மனத்தாங்கல்கள் என்று பல்வேறு உரையாடல்களின் நிகழ்வாகக் கடந்து செல்கிறோம். நீரின் சுவையை அறிந்து பார்க்கிற ஒரு வேளையில் ஒரு தேனின் சுவையை அல்லது திராட்சை ரசத்தின் சுவையை நாம் எப்படி அறிந்து கொள்வது? எதனையும் அறிந்து பார்த்திராத காதுகளுக்குப் புலப்படாத கண்களுக்கு ஒரு கவிதையை எப்படி அறிந்து கொள்வது? அல்லது திறந்து பார்ப்பது? ஒரு கண நேரத்தில் போகிற போக்கில் யாரோ ஒருவர் கவிதையை உதிர்த்து விட்டுச் செல்கிறார்கள். அது குறித்த அவதானிப்பை ஒரு கம்பளிப் புழு வெயிலில் சற்றென நிகழ்த்திக் காட்டுகிறது. இப்படி என்னுள் கவிதை குறித்த தேடல்களும் அது குறித்த உரையாடல்களும் எப்பொழுதும் நிகழ்ந்து கொண்டே இருந்தன. இன்றைய நவீன உலகில் கவிதை அசாத்தியச் சக்தியுடன் தன்னை வெளிப்படுத்திக் கொண்டே இருக்கிறது. சித்திரத்தால் தீட்டிக் கொண்டே இருக்கிறது. கோட்பாடு என்றும் கோட்பாட்டு யுகம் என்றும் தன்னை வரையறை செய்து வைத்திருக்கிறது. அதனூடாக அது புதிய விரிவாக்கத்தைச் செய்து வைத்திருக்கிறது. பிரமிள் காலத்தில் உருவான நவீன ஒளிக் கீற்று நகுலன் காலத்துக் கவிதைகள் (plain poetry) உருக் கொண்டது.

ஆத்மாநாம், தேவதேவன், தேவதச்சன் கல்யாண்ஜி, கலாப்ரியா ஜெ.பிரான்சிஸ் கிருபா, ரமேஷ் பிரேதன் என்று தன்னைப் பத்திரப்படுத்தி வைத்திருக்கிறது. இக்கவிதைக்கு ஊற்றுக்கண்ணாக இருப்பது செவ்வியல் மரபு கொண்ட சங்க இலக்கியம், காப்பியங்கள், பக்தி இலக்கியங்கள், வாய்மொழி வழக்காறுகள் என்று தினம் தினம் கவிதை கட்டமைத்துக் கொண்டு புதிய வடிவத்தை நோக்கிச் செல்கிறது. அவை மனதில் அடிக்கும் அலைகளினூடே படிமம், குறியீடு என்று கவிதையை வேறொரு தளத்திற்கு நகர்த்துகிறது. நவீன இலக்கியத்திற்கு அழகியல் கண் கொண்டு பார்க்கும் பார்வை எப்பொழுதும் தேவையாக இருக்கிறது. குறுந்தொகைப் பாடலில் கிடைக்கும் எளிமையான வரிகள் கூட நவீனக் கவிதைக்கான வரைபடத்தைக் கொண்டிருக்கிறது. அங்கிருந்துதான் கவிஞர்கள் அசாதாரணமாக நிகழ்த்திக் காட்டுகிறார்கள் கவிதையை. இன்றைய சூழலில் நவீனக் கவிதையைத் தாண்டிய பின் நவீனத்துவக் கவிதை, பின் நவீனத்துவத்தைத் தாண்டிய பின்காலனியாக்கக் கவிதை, மூன்றாம் உலகக் கவிதை எனக் கவிதைகள் கால்கொண்டிருக்கின்றன. புலம்பெயர்ந்த வாழ்வில் காணக் கிடைக்கும் இன்ப துன்பத்தை அலைகுடிகள் வாயிலாக நம்மால் அந்த வலியையும் வேதனையையும் தாண்டி உறங்கச் செல்ல முடியாது. அதைத்தான் இன்றைய ஈழ எழுத்தில் பதிவு செய்கிறார்கள். தமிழகச் சூழலில் ஈழத்தின் அசலான எழுத்தை வாசிக்காமல் போர்க்காலச் சூழலை உணராமல் இங்குள்ளவர்கள் வீரநிலைக் காவியத்தைப் பேசினாலோ தம் எழுத்தில் கையாண்டாலோ அது எழுத்தென ஆகுமோ? நம்முடைய மரபாகப் பேசப்படும் அகப் புற வாழ்வியலில் அகத்தை நாம் கொண்டிருக்கிறோம், புறத்தை இன்று ஈழம் கொண்டிருக்கிறது.

அதுதான் நிதர்சன உண்மை. அங்கே காணப்படும் மொழியின் உள்ளார்ந்த அர்த்தம் இயங்கியல் சக்தி வேறெங்கும் காண இயலாது. கூர்மை தீட்டப்பட்ட எழுத்திற்கு முன் நம் அகப்புற வாழ்வு மண்டியிட்டுக் கிடக்கின்றது. மகாகவி, சேரன், வ.ஐ.ஜெயபாலன், வில்வரத்தினம், கி.பி அரவிந்தன், சோலைக்கிளி என ஒரு இலக்கியக் கவி மரபு ஈழத்தை அர்த்தப்படுத்திக் கொண்டிருக்கிறது. அதன் வரிசையில் இன்று ஷோபா சக்தி, அகரமுதல்வன், தீபச் செல்வன், தமிழ்நதி போன்றவர்கள் தம் படைப்பைச் செழுமைப் படுத்தி வலி மிகுந்த சொல்லாடலை வாசகர்களுக்குக் கடத்துகிறார்கள். அவர்களது எழுத்தில் காணப்படும் ''டாங்கிகளில் சரியும் முல்லை நிலா'' என்ற ஒரு வரி கொடுக்கும் அர்த்தப் படிமத்தின் அனைத்து அம்சங்களும் அலை அலையாக முல்லை நிலத்தில் சரிந்து கிடக்கின்றன. மீண்டும் அவ்வரி கொடுக்கும் இன்பச் சுவையிலும் துன்பச் சுவையிலும் அதற்கு நிகரான நம் மண்ணில் காணவே முடியாது. அந்த அளவிற்கு அந்த ஈழ மண் தம் கவிதைகளைக் கண்ணீரில் உற்பத்தி செய்கிறது. இதைத்தான் கவிஞர் அகரமுதல்வன் கவிதைக்கு உணர்வே பிரதானம் என்கிறார். நவீனக் கவிதை புரிதலை எல்லாச் சூழலிலும் அவரின் உரையின் வாயிலாகவே அவற்றைப் பூர்த்தி செய்கிறார். இதே போல தான் இஸ்ரேல் பாலஸ்தீனப் போர்க்காலச் சூழலில் உருவான கவிதைகள். இவற்றையெல்லாம் பகுத்து உணர்ந்து அலசி ஆராய்ந்து கவிதைக்கான அர்த்த கணத்தை நாம் கொடுக்க வேண்டும். அப்பொழுதுதான் தமிழ்ச் சூழலில் உருவான கவிதைகள் புது மெருகேற்றிப் புதிய பாய்ச்சலைக் கொடுக்கும். அதற்கு முன் தமிழ்க் கவிதையின் புரிதலை எழுத்தாளர் ஜெயமோகனின் சங்கச் சித்திரத்தின் வாயிலாகவும் அந்நூலைத் தொடர்ந்து அவரின்

எதிர்முகம், கொற்றவை, காடு, சொல் முகம், புதிய காலம், நவீனத் தமிழ் இலக்கிய வரலாறு போன்ற நூல்கள் தீவிரமான நுண் வாசிப்பு எனக்குக் கிடைத்தது. குறிப்பாக கலாநிதி செ. யோகராசாவின் ஈழத்து நவீனக் கவிதை (புதிய உள்ளடக்கங்கள் - புதிய தரவுகள் - புதிய போக்குகள்), ஞானியின் தமிழ்க் கவிதை, மனுஷ்ய புத்திரனின் கோடைகாலக் குறிப்புகள், கலை இலக்கிய விமர்சகர் இந்திரனின் அழகியல் பார்வை, விக்ரமாதித்தனின் அகம் புறம் போன்ற திறனாய்வு நூல்களும், லத்தின் அமெரிக்கச் சூழலில் உருவான கட்டுரைகளும், மார்சியம், கம்யூனிசம், நவீனத்துவம், பின் நவீனத்துவம், பெண்ணியம், அழகியல் போன்ற கருத்தாடல்களும், ஆப்பிரிக்காவில் முகிழ்ந்த கருப்பின எழுத்தும் என்னுள் பரவலான ஒரு வாசிப்புத் தளத்தை ஏற்படுத்தியது. பிரதி கொடுக்கும் இன்பத்தைக் கோட்பாட்டாளரான ஜமாலன் கொடுக்கும் ஒரு புதிய வெளிச்சம் கவிதையை மீண்டும் என்னைத் தீவிரவாசிப்புக்குள் வாசல் திறந்து அனுமதித்தது. அப்பொழுதுதான் நான் திராட்சை ரசத்தில் வழியும் குருதிச் சுவையைச் சாலமோனின் உன்னதப் பாட்டில், தாவீதின் பக்திச் சுவைப் பாடல்களில், யோபுவின் துயர்மிகு எழுத்திலும் கண்டுணர்ந்தேன். நவீன தமிழ்க் கவிதைகளில் நான் கண்டுணர்ந்த இவ்வகை எழுத்துக்களில் சிறிதளவேனும் தேடவும் அவற்றை மொழியில் உணர்த்தவும் என் நிலமும் என் மக்களுமே போதுமானவர்களாக இருந்தார்கள். அவர்களிடமிருந்து பெற்ற ஆக்கமும் கவிதையும் கொண்டு தவமாய்த் தவம் கிடந்தேன். ஒரு நல்ல பதிப்பாளர்களை அணுகுவதற்குக் கிட்டத்தட்ட ஐந்து வருட சென்னைப் புத்தகக் கண்காட்சி தேவைப்பட்டது. தமிழ்நாட்டின் முன்னணிப் பதிப்பாளர்களை எல்லாம் கேட்டபோது என்னென்ன இதழ்களில் உங்களின் கவிதைகள் வெளிவந்தன என்று கேட்டு, பிறகு

பார்ப்போம் என்பார்கள். அப்படித்தான் வம்சி பதிப்பகத்தாரிடம் அணுகினேன். அவர்கள் வாஞ்சையுடன் கேட்டுக்கொண்டு நாங்கள் கவிதை அதிகம் போடுவதில்லை என்றார்கள். நானும் அவர்களை விட்டபாடில்லை. அந்தச் சமயத்தில்தான் என் கவிதைகள் பல இதழ்களில் பிரசுரமாகின. குறிப்பாகக் காலச்சுவடு இதழ் எனக்கு ஒரு தனி அடையாளத்தையே பெற்றுத் தந்தது. இந்த அடையாளத்தோடு மீண்டும் வம்சி உரிமையாளரும் மொழிபெயர்ப்பாளருமான அம்மா கே.வி சைலஜா அவர்களிடம் தொடர்பு கொண்ட போது இதழ்களில் பிரசுரமான கவிதைகளை அனுப்புங்கள் என்றார்கள். அவர்களிடமும் அந்தக் காலச்சுவடு கவிதை தான் "ஆன்மாவின் பெருந்துயர்" என்ற நூலாக வெளிவரக் காரணமாக இருந்தது. அவர்களையும் தோழர் பவா செல்லதுரை அவர்களையும் நான் நன்றி உணர்வோடு நினைத்துப் பார்க்கிறேன். தன்னுடைய இடையறாத இலக்கியப் பணியில் சிறந்த கவிதைகளை எனக்குக் கவனப்படுத்தி அவைகளைப் பற்றி உரையாடலைக் கொடுத்த கவிஞர் அகரமுதல்வன் அவர்களுக்கு என் நன்றிகள். என் எழுத்துக்களை ஊக்கப்படுத்தும் பேராசிரியர் நோயல் ஜோசப் இருதயராஜ், மதிவாணன் அவர்களுக்கும் பேராசிரியர் ஆண்டனி குரூஸ் அவர்களுக்கும் என் நன்றிகள் பல. என் கவிதைகளை நூலாக வெளிவரப் பல நேரங்களில் என்னை ஊக்கப்படுத்திய கவிஞர் ரத்திகா அவர்களுக்கும், முனைவர் பட்ட மாணவர் ம.சங்கிலி அவர்களுக்கும் என் நன்றிகள். மேலும் காலச்சுவடு செந்தூரன் ஈஸ்வரநாதன், பத்திநாதன் அவர்களுக்கும் உயிர்மை விஜயகுமார், கோபி சேகுவாரா, பேராசிரியர் சாம் கிதியோன், நவ சக்திவேல், பெட்ரிக் ஜெபராஜ் அவர்களுக்கும் நன்றிகள். இக் கவிதை நூலுக்கு மெய்ப்புப் பார்த்த பேராசிரியர் இரா. இராஜா, பேராசிரியர்

மு.முனீஸ் மூர்த்தி, பேராசிரியர் லி.சிவக்குமார், பேராசிரியர் ச.கார்த்திகேயன் ஆகியோருக்கும் என் நன்றிகள். குறிப்பாகப் பேராசிரியர் ச.கார்த்திகேயன் எல்லாப் பொழுதுகளிலும் என் கவிதைகளை உடனுக்குடன் மெய்ப்புப் பார்த்து அனுப்பி வைப்பார். அவரை இந்த நேரத்தில் நான் நினைத்துப் பார்க்கிறேன். கவிதைகளைக் கணினியில் தட்டச்சுச் செய்த மனைவி பேராசிரியர் மெர்சி ஞான மலர், மகன் ஜோஸ் ஆதன், மகள் கிருபா ஆகியோருக்கும் சகோதரிகளான ஆனந்தி, ஸ்வீட்டி, சந்திரன், பிரின்ஸ் பிரவீன், காந்தக் கண்ணனுக்கும் என் நன்றிகளை உரித்தாக்கி மகிழ்கின்றேன்.

அ. ஈஸ்டர் ராஜ்
திருச்சி.

நன்றி

காலச்சுவடு
உயிர்மை
வாசகசாலை
நுட்பம்
கொலுசு
புரவி
ஆவநாழி
கல்கி
புதிய கோடாங்கி
தாமரை
புதுப்புனல்
நீலம் பண்பாட்டு மையம்
பொதிகை தொலைக்காட்சி

அந்தரத்தில் பிரியும் உயிர்

அலைகள் தாண்டிய அலை
கை கால்களில்
கயல்கள் பெற்ற விழி
துடிக்கிறது மரத்தில்
கடலின் நீர்த்துளி
கரிக்கிறது உதட்டில்
ஓசைகள் அற்ற மௌனம்
உடைகிறது மொழியில்
குன்றென விழும் இருள்
அக்கம் பக்கத்தில்
வலி சொல்லும் சேதி
தொடுக்கும் உன் போரில்
காட்சிப் பிழையென்று
கதறவும் வழி இல்லை
கண் துடிக்க கவலை மீதூர
அந்தரத்தில் விலா நோக
பிரிகிறது உயிர்.

கூர்வாள்

ஒற்றைக் கத்தியாய்ப் படுத்திருக்கும் நாவே
உன் சுழற்சியில் பீறிடும் ரத்தம் யாருடையது?

மல்லிகை

மீன் கண்தான் உன் விழி

அதற்குள்

மண்ணுக்குள் புதைந்து விட்டது.

காத்திருப்பு

ஒரு பறவை அமரும் வரை

மரத்திற்கு இல்லை தியானம்

மரத்திற்கு இல்லை ஒளியின் தாகம்.

கூடாரவாசல்

பிரார்த்தனைக் கூடங்களில் அருகினில் நீ
உன் கை தொடுவதில்
துக்கம் விலகவே இல்லை
கண்ணாடிப் பேழையின் கூடார வாசலை
ஒரு பறவை திறப்பது போல்
உன்னால் திறக்க முடியுமா ?
அதன் கைச் சிறகில் விரிகிறது
ஆகாயம்.

மடி தூக்கி எழும் கை

மடி தூக்கி எழும் கையில்
பூமி
மிச்சம் வைத்து மிச்சம் வைத்துச் சுழல்கிறது
ஓர் அன்பை
ஓர் அதிர்வை.

திறப்பதும் மூடுவதும்

மகள் வயதில் நின்ற

நான்கு பூவரச மரங்கள்

அவளின் திருமணச் செலவிற்காக வெட்டப்பட்ட போது

வீடே ஒரு வித நிசப்தத்தில் மூழ்கியது

அன்று மட்டும்

பூவரச மரங்கள் வெட்டப்படவில்லையென்றால்

அவளது திருமணம் நடந்திருக்காது

இன்று அந்தப் பூவரச மரம்

யாரோ ஒருவர் வீட்டில்

நிலைக்கதவாகவோ

சன்னலாகவோ நிச்சயமிருக்கும்

ஒரு பெண்

திறப்பாள் மூடுவாள்.

தோள் சுமக்கும் மகன்

என் மகன்
நீல வானைக்
கடலை
கடல் மணலை
அருவியைக்
கூழாங்கற்களைக்
காடு
மலை
மேகம்
ஆறு
மரம்
செடி கொடிகளைத்
தும்பி வண்ணத்துப்பூச்சிகளைப்
பறவை விலங்குகளைச்
சீறூர் பேரூரைப்
பேரூரின் ஓடைகளை
என அனைத்தையும்.

தன் தோள் மீது
சுமந்து பள்ளிக்குச் செல்கிறான்
ஒவ்வொன்றையும் வளாகத்தில்
நேர்த்தியாய்ப் படைக்கிறான்
வைக்கிறான் நடுகிறான்
குழி முயலோடு விளையாடுகிறான்
அவன் எவற்றைத் தன் தோள்மீது
சுமந்து சென்றானோ அவற்றையே
திரும்பக் கொண்டு வந்து
வீட்டில் படைக்கிறான் வைக்கிறான் நடுகிறான்
இப்படித்தான் வீட்டிலிருந்து பள்ளிக்கும்
பள்ளியிலிருந்து வீட்டிற்கும்
சுமப்பதும் இறக்கி
வைப்பதுமாக இருக்கிறான்
மகன் ஜோஸ் ஆதன்.

கழிவாகும் நிலம்

ஒலிவ மரங்களை

லீலிப் பூஷ்பங்களை

அவன் கண்டதே இல்லை

காட்டு மல்லிகையின்

வாசத்தை நுகர்ந்ததுண்டு

முற்றிய செம்மண் நிலத்தில்

அவன் பூக்களைக் கொட்டியதில்லை

தானியங்களைக் கொட்டியவன்

மணக்க மணக்க விளைந்த நெல்மணிகளை

மஞ்சளை அவித்துக் காற்றில்

வாசத்தைத் தூவியவன்

நிலம் கர்ப்பமடையவில்லை

என்று கண் கலங்குகிறான்

பசுங்கிளிகள் அற்ற அவனது நிலம்

உணவுத் திருவிழா நடத்துகிறது

சிறுதானியங்களை அறிமுகம் செய்கிறது

நூறு ஆயிரம் என

மருந்துச் சீட்டுகளால் கைகள் நீளும்

அவனது நிலம்

அணுவுலை கொட்டும் கழிவால் நிறைகிறது.

தனித்து விடப்பட்ட

கசங்கிய அந்தப் பூவில்

அந்த நாளுக்குரிய வாசம்

சிறிதேனும் குன்றவில்லை

அதை நீ அப்படித்தான் தூக்கி எறிந்தாய்

அதன் ஈரம் வேறொரு பகலில்

மொட்டாகக் கூம்பி இருக்கிறது.

குடை செய்பவன்

குடை செய்பவன் கம்பிகளைக் கொண்டு
இந்தப் பூமியைத் தன் கைகளால்
வளைப்பது போல் வளைத்து
நேர்த்தியாகக் குடை செய்கிறான்
அவன் அந்தக் குடையில் அகமகிழ்கிறான்
அவன் அந்தக் குடையில்
ஒரு சித்திர வேலைப்பாட்டைக் கண்டடைகிறான்
குடையை ஒவ்வொரு முறை விரிக்கும் போதும்
ஓர் இதயம் விரிவது போலும்
இந்தப் பூமி தலை சாய்ந்து
சுழல்வது போலும் உணர்கிறான்
அவன் வெய்யிலை நின்ற இடத்திலிருந்து
வேறொரு இடத்திற்கு விரித்து விடுகிறான்
மழையைக் குளிர் காற்றுடன் சுழற்றி விடுகிறான்
அவன் மற்றவன் பாதுகாப்பாக இருக்க
வெய்யில் மழையில் குடிசையில்
நனைகிறான் தலை சாய்கிறான்.

அவன் காலத்திற்கும் தேவையாக இருக்கிறான்
பழுதடைந்த கம்பியைக்
கழற்றிவிட்டு வேறொரு
கம்பியை இடுகின்றான்
கிழிந்த துணியை
இதயத்தைத் தைப்பது போல்
மனசு வைத்துத் தைக்கின்றான்
அவன் எல்லாருக்குமான
குடையைச் செய்தாலும்
அவன் கைக்குள் அந்த மழையின்
ஈரக் காற்றும் சன்ன பிசுபிசுப்பும்
இருந்து கொண்டே இருக்கிறது
உண்மையில் அவன் குடை
செய்பவன் மட்டுமல்லன்
எல்லோர் இதயங்களிலும் நனைபவன்.

நதி பற்றிய சில குறிப்புகள்

1. பாறைக்கடியில் ஒரு நதி
மத்தளமாகும் தருவாயில்
புரண்டு புரண்டு படுக்கிறது.

2. நதியை எப்படி முத்தமிடுவது தெரியவில்லை
ஈரம் தோய முத்தமிட்டேன்
அது கடலென விரித்துக் காட்டியது.

3. நதியில் அலை என்பது
இல்லவே இல்லை
அது கொண்டிருப்பது ஈரிழை உதடு

4. நதியின் சலசலப்பை
ஒரு பாட்டி குடத்தில் அடைத்துச் செல்கிறாள்
ஒரு சிறுமி
சிரிப்பில் சிதற விடுகிறது.

5. ஒரு சிறுமி
அவளது பாடப்புத்தகத்தில்
ஒரு நதியை வீட்டுக்கு
அழைத்துச் செல்கிறாள்.

தழும்பு

நான் சிறுவனாக இருந்த போது
என் அம்மா
அடி வயிற்றுத் தழும்பை
எனக்குத் தொட்டுத் தொட்டுக்
காட்டிக் கொண்டே இருந்தாள்
அம்மையே
உன் அடிவயிற்றுத் தழும்பு மட்டும்
பழுக்கக் காய்ச்சிய கம்பியாக
என் நெஞ்சிலும் கையிலும் கிடக்கின்றன.

உப்பளம்

அந்தக் கடலில் எத்தனை விதமான
மீன் உள்ளதோ
அத்தனை வகையான மீனுக்கும்
ஒரே சுவை
உப்பின் சுவை.

உண்டிவில்

வெண்மணல் பரப்பு

இரண்டு மூன்று ரத்தத் துளிகள்

சில பொங்குகள்

நான்கைந்து இறகுகள்

அதனை ஒட்டிய பத்தடி தூரத்தில்

ஒருவன் உண்டி வில்லோடு

ஒரு கண்ணை மூடி

மரக்கிளையில் அமர்ந்த பறவைக்குக்

குறி வைத்துக் கொண்டே இருக்கிறான்

அந்த நொடி

ஒரு பறவை மேலிருந்து காகிதம்போல் தரையில் விழுகிறது

தன் கழுத்துக் காயத்தின் துடிப்போடு.

விடுபட்ட மலர்கள்

நகரும் மரங்களிடமிருந்து குடை ஒன்றும் விரிவதில்லை
இறுகி வெடித்த மண்ணில் முள்ளும்
குருக்கும் கொட்டிக் கிடக்கின்றன
முல்லை நிலத்தில் இருந்து துரத்தப்பட்ட வனநீலி
குறிஞ்சி நிலத்தில் அடைக்கலம் தேடுகிறாள்
குறிஞ்சி நிலம் எல்லா நிலங்களின்
துயரத்தையும் வாங்கிக் கொண்டு
குளிரில் வாடிக் கொண்டிருக்கிறது
கண்ணிமைக்கு மை தேடும் பெண்ணொருத்தி
கரிய காயா மலரைக் காண வனமற்ற
இடத்தைச் சென்றடைகிறாள்
அந்த ஒற்றையடிப் பாதையில்
அவள் கண் முன் கிடக்கின்றன
குருதிப் பூக்கள்
அவள் அந்தப் பூக்களைக்
கையில் எடுக்க அஞ்சி
தூரத்தில் இருந்த காயா மலரைக்
காணாமல் வந்துவிடுகிறாள்

அவள் நிமித்தம்
வனமற்ற இடத்தில் பெண்ணும் இல்லை
பெண்ணற்ற இடத்தில் வனமும் இல்லை
குறிஞ்சிப்பாட்டில்
கபிலர் சொன்ன தொண்ணூற்றொன்பது
வகையான மலர்கள் எல்லாம்
இன்று
தமிழ்நாட்டில் விடுபட்ட மலர்களே.

குரோதம்

திராட்சை ரசம் பருகும் ஒவ்வொரு முறையும்
கொஞ்சம் நஞ்சையும்
கொஞ்சம் கசப்பையும்
விட்டுவிட்டுச் செல்கிறோமே ஏன்?

ஊமை மொழி

எனது துயரத்தை வெளிக்காட்டச்

சொற்கள் இல்லை

ஜாடை மொழி தான் இருக்கிறது

நீங்கள் கேட்பீர்களானால்

உங்களால் உங்கள் வேதத்தின்

ஒரு பகுதியைக் கடந்து போக முடியாது

ஜெபமாலையைக் கையில் வைத்து உருட்ட முடியாது

கண்களால் அழுவீர்கள்

அந்த அழுகை

என் தொண்டையை அடைத்து விடக்கூடும்

அதற்குள் நீங்கள்

என்னைப் போல் ஊமையாகி

அழ ஆரம்பித்து விடுவீர்கள்.

ஆன்மாவின் பெருந்துயர்

பிரார்த்தனைக் கூடங்களுக்குச் சென்றேன்
இதழ் குவிந்து பெருகும் சொற்களின் நடுவே
ஒருசொல்
ஆன்ம துயரோடு வெளியில் எரிந்து கிடந்தது
ஒரு சொல்
உதிரம் சிந்துவது போல்
கண்ணீர் சிந்திக் கொண்டிருந்தது
ஒரு சொல்
மது போதையில் உளறிக் கொண்டிருந்தது
ஒரு சொல்
தீயின் சிவப்பைக் கக்கிக் கொண்டிருந்தது
ஒரு சொல்
உணவுக்காக வான் நோக்கி
ஏறெடுத்துக் கொண்டிருந்தது
ஒரு சொல்
அன்பின் நிமித்தம் முத்தமிட்டுக் கொண்டிருந்தது
ஒரு சொல்
அரவணைப்பைத் தாங்கி நின்றது

ஒருசொல்
மௌனத்தில் உறைந்திருந்தது
ஒரு சொல்
முற்று முழுவதுமாய் நிறைத்துக் கொண்டிருந்தது
ஒரு சொல்
எல்லாம் வல்ல வல்லமையை
நிராகரித்துக் கொண்டிருந்தது
ஒரு சொல்
கடல் அலைபோல் ஓயாமல்
இரைந்து கொண்டிருந்தது
ஒரு சொல்
பார்த்த முகத்துடன் பேசிக் கொண்டிருந்தது
ஒரு சொல்
பிறவிக் குருடன் இடம் தேடிச் சென்றது
ஒரு சொல்
பாம்பு போல் நெளிந்து ஊர்ந்தது
ஒரு சொல்
குன்றுபோல் உயர்ந்து நின்றது
ஒருசொல்
உச்சிவெய்யில் போல்

சூடு ஏறிக்கொண்டிருந்தது
ஒரு சொல்
விரிந்த பாறை போல் இறுகிக்கிடந்தது
ஒரு சொல்
அன்பைக் குழைத்துக் குழைத்துத்
திரு வசனத்தால் அமுதூட்டியது
ஒரு சொல்
பள்ளத்திலிருந்து உச்சிக்குப்
பொதியைச் சுமந்து சென்றது
ஒரு சொல்
தனிமையில் மண்டியிட்டு அழுது
ஜெபித்துக்கொண்டிருந்தது
ஒரு சொல்
அனாதைக் குழந்தை போல்
பாவமாய்த் தனிமையில் இருந்தது
ஒரு சொல்
மன்னிப்புக் கோரி மன்றாடியது
ஒரு சொல்
பீறிடும் ரத்தத்தில்
தோய்ந்து கொண்டிருந்தது

ஒரு சொல்
அனைவரின் பாவக் கறைகளைக்
கழுவிக் கொண்டிருந்தது
ஒரு சொல்
வெண்பனிபோல் அவ்வளவு
பரிசுத்தமாக இருந்தது
ஒரு சொல்
கூண்டுக் கதவைத்திறந்து
புறாக்களைப் பறக்க விட்டுக்கொண்டிருந்தது
ஒரு சொல்
இன்னொரு சொல்லுக்கு ஒளி ஏற்றிக் கொண்டிருந்தது
ஒரு சொல்
மௌனத்தில் இளைப்பாறிக் கொண்டிருந்தது
ஒரு சொல்
ஆமென் சொல்லி
எல்லாவற்றையும் முடித்துவைத்தது.

கூழாங்கல் ஓவியம்

அந்திமக்காலத்துக் கூழாங்கல் ஓவியம்
நீருக்குள் கிடக்கிறது
அது ஆழ்ந்த மௌனத்தில்
உரையாடிக் கொண்டிருக்கிறது
எப்பொழுது அதைப் பார்க்கின்றேனோ
இதயத்தில் ஊடுருவுகின்றன அதன் வேர்கள்
அந்திமக்காலங்களில் அதன் சாந்தம்
அளவுக்கு அதிகமாகப் பிடித்திருக்கிறது
நேற்றைக்குப் பார்த்த அந்த ஓவியம்
இன்றைக்கு வேறு ஒரு ரூபத்தில் தெரிகிறது
பிறகு ஒரு நாள் வேறொரு ரூபத்தில் தெரிகிறது
ஒரே ஒரு சுழி நீரில் அந்தக் கூழாங்கல்
ஆலாபனை செய்கிறது
அதன் மிருதுவான குணம்
தண்ணீருக்குத் தெரியும்
பிறகு எனக்குத் தெரியும்
அந்தக் கூழாங்கல்
ஓவியத்தை ஒருவன்

தொண்டைக்குள் வைத்து
வார்த்தையாக வெளியேற்றுகிறான்
அந்த வார்த்தை தவம் போல் கிடக்கும்
கற்சிலையை உடைத்து அதன்
ரத்தத்தை நாற்புறமும் வீசியெறிகிறது.

என் வீட்டில் வளர்கிறது ஒரு நிலா

ஒவ்வொரு நாளும்
வீட்டில் அமர்ந்து செல்வதென்பது
ஒரு பச்சை மரத்தின் மடிமேல்
அமர்வது போலிருக்கும்
அன்றைய நாளிலிருந்து வளர்கிறது
என் வீட்டில் ஒரு நிலா.

வாஞ்சையின் நிறம் கருப்பு

என் மூத்த சகோதரன் ஓர் ஆப்பிரிக்கன்
அவனும் நானும்
இரட்டைக் குழந்தைகள்
எங்கள் சிந்தை கருப்பு
எங்கள் ரத்தம் கருப்பு
எங்கள் நிணம் கருப்பு
எங்கள் வியர்வை கருப்பு
அந்தக் கருப்பு இருட்டைப் போல்
அடர் நிறம் கொண்டது
அந்தக் கருப்புக்குத்தான்
ஒரு வாஞ்சை உண்டு
அந்தக் கருப்புக்குத்தான்
அன்பின் குழைவு உண்டு
அந்தக் கருப்புக்குத்தான்
நெஞ்சில் ஒரு பரிதவிப்பு உண்டு
அந்தக் கருப்புக்குத்தான்
எல்லையற்ற ஆன்ம பெலன் உண்டு
அந்தக் கருப்புக்குத்தான்

ஈரத்தின் கொள்ளளவு அதிகம்

அந்தக் கருப்பைத்தான்

நாங்கள் இதயத்தைக் கொண்டு வரவேற்கிறோம்

அந்தக் கருப்பைத்தான்

நாங்கள் பாடப்புத்தகத்தில் பயில்கின்றோம்

அந்தக் கருப்பைத்தான்

நாங்கள் நெஞ்சில்

வைத்துச் சுமக்கின்றோம்

அந்தக் கருப்பு

மிளகைப் போல் உடலுக்கு வீரியம்

அபார சக்தி

அதனை நீங்கள் வேண்டாம்

என்று வெறுக்கிறீர்கள்

அரூசை கொள்கிறீர்கள்

அது உங்களுக்கும்

உங்கள் நிறத்திற்கும்

பெருத்த கேடு

பெருத்த அவமானம்.

வெடிச்சத்தம்

வறண்ட காட்டில் சிறு குருவிகள்
தம் கண்ணையொத்த
தானியங்களைத் தேடுகின்றன
யானை போல் படுத்துக் கிடந்த பாறை
பலத்த வெடிச்சத்தத்துடன்
கற்களை வனமெங்கும் வீசி
புகையையும் நெருப்பையும் உமிழ்கின்றன
குருவிகள் இருளடைந்த பொழுதில்
தம் முட்டைகளைத் தேடுகின்றன
முட்டைகள் கருங்கல் வீச்சில்
சிதைவுற்றுக் கிடக்கின்றன
குருவிகள் அடர் இருளில்
காட்டில் துயில் கொள்ள இயலாமல்
அலறித் தவிக்கின்றன
மீண்டும் ஒரு பலத்த வெடிச்சத்தம்
காடு
காடாகவும் இல்லை
குருவிகள் குருவிகளாகவும் இல்லை.

அந்த உண்மைக்கு

அந்த உண்மைக்குக் கண்ணாடியை
ஒத்த பிரதிபலிப்பு இல்லை
வாளில் ஒளிரும் கூர்மை இல்லை
அதன் முகம் எல்லாம் தூசி படிந்த குப்பை
அதனை இருள் கொஞ்சம் கொஞ்சமாகக்
கவியத் தொடங்கிய போது
கீழ்த் திசைச் சூரியன் அதன்
நிலையிலிருந்து சற்றுத்
தடுமாற்றம் கொள்கிறது
ஊடுருவிப் பாயும் உண்மையின் பக்கத்தில்
இருள் குடிகொண்டு கிடக்கிறது
இருளை வேறொரு ஒளியாக மாற்ற
அந்த ஒளிக்குத் தெம்பில்லை
பகல் இருளாகவே இருக்கிறது
எனவே உண்மை
கடவுளின் சாயலை இழந்து
அதன் முகம் புழுதியில் ரத்தக்
களரியுடன் சிதைக்கப்பட்டுக் கிடக்கிறது
கண்ணாடிக்குப் பிரதிபலிக்கும்
ரசத்தன்மை எங்கோ மறைந்து போனது.

சுமை சுமந்தவள்

பாரமான சுமைகளுடன்
ஒரு வண்டி மாட்டைப் போல்
அம்மா அவளது பயணத்தில்
வீட்டை இழுத்துச் சென்றாள்
அப்பா எண்சாண் உயரத்தில்
கவலைகள் ஏதுமற்றவராய் இருந்தார்
நுகத்தடி கொடுத்த வலியில்
அம்மாவின் கழுத்து
அவ்வப்போது வீங்கிக் கொள்ளும்
வீட்டில் ஓயாத அலையும்
குமுறலின் சத்தமும்
இருந்து கொண்டே இருக்கும்
அம்மா எவ்வளவோ முயன்றும்
அப்பாவின் இதயத்தைத்
திறக்கவே முடியவில்லை
அவள் இன்று எங்களை விட்டுக்
கூப்பிடு தூரம் தாண்டிக்
கல்லறையில்

உறங்கிக் கொண்டிருக்கிறாள்
அப்பா அச்சு முறிந்த
மாட்டின் வண்டியாய்ச்
செய்வது அறியாது
கண்கள் உடைபட்டு நிற்கின்றார்.

தறிகெட்டுத் திரியும் வெள்ளாடு

அவன் நாவில் நான்
ஒரே ஒரு தேன்சொட்டை வைத்தேன்
அவன் என் நாவில்
கூடுதலாக இரண்டு
தேன்சொட்டை வைத்தான்
ஒரு கிளை ஆடும்போது
ஒரு நதியில் இருந்து எவ்வளவு
குளிர்ச்சி புறப்பட்டு வருமோ
அவ்வளவு குளிர்ச்சி
அவன் திசை வெளியில்
புரண்டோடி வருகிறது
பசித்த வயிற்றுக்கு ஒரு மதுரமான
கொய்யாப்பழத்தை
உண்ண அவன் மனமாரக் கொடுப்பது
தோழமை என்ற உணர்வால் வந்தது
வா நண்பா உன் தோழமை எனக்கு வேண்டும்
மானுட விடுதலையில் அக்கறை கொண்ட நீ

என் பாடசாலையில் நிரந்தர உபாசகனாக வேண்டும்
தறிகெட்டுத் திரியும் ஒரு வெள்ளாட்டை
உன் தோள் மீது தூக்கி வா
இந்தப் பூமி கடலாய்ப் பரந்து விரியட்டும்.

மின்வேலி அழுகுரல்

நீலம் பாரித்த செங்கடல் நடுவே
தையலில்லாத முழுதும் நெய்யப்பட்ட
உம் அங்கியைத்
தாறுமாறாய்க் கிழித்தது போல் உடல்கள்
அவற்றை உம் காருண்யம் வழியும்
கருப்பு நிறத் திராட்சைக்
கண்களால் பார்த்து
நீர்மேல் நடந்து வருகிறாய்
பார்த்த விழிகளில்
எல்லாக் குழந்தையும் உம் குழந்தை
எல்லார் விழிகளும் மின்வேலி அழுகுரல்.

துளிர்

இந்த ஈரம்

பூவில் இருந்தால் என்ன?

நீரில் இருந்தால் என்ன?

கண்ணில் இருந்தால் என்ன?

இருக்கட்டும்.

துளிர்விடாத அடி மரம்

சொக்கப்பனை கூந்தல் பனையாக உயர்ந்த மரங்களில்

காயை கனியைப் புசித்து

வறண்ட காலத்தில் பஞ்சத்தைப் போக்கினோம்

அதன் பாலை வண்டு கடித்த இடத்திற்கும்

அதன் குருத்தைச் சீவீப் பதநீராகவும் உண்டு களித்தோம்

செய்ந்நன்றியை மறந்து போனோம்

அதன் அடியைக் கோடரியால் வெட்டி

உடம்பைப் பத்துத் துண்டுகளாக்கினோம்

பிறகு

சூளைச் செங்கல் குவியலுக்கு

அடுப்பெரிக்க அனுப்பி வைத்தோம்

எரியும் நெருப்பில் காடு சூறாவளிக் காற்றெடுத்து

வானத்துக்கும் பூமிக்கும் பேயாக ஆடுகிறது

பொட்டல் காடாக இருக்கும் காட்டைப் பார்க்க

மனம் பதை பதைக்கிறது.

சுழன்றடிக்கும் காற்றைத் தடுக்கப் பனை இல்லை

எம்மரம் வெட்டினாலும்

அம்மரம் துளிர்விடும்

பாவம் பனைமரம்

அடிமரம் துளிர் விடுவதே இல்லை.

நடுங்கும் கை

ஒரு நாள்
நண்பன் வீட்டிற்கு வந்தான்
கு.அழகிரிசாமியின் புத்தகம் கேட்டான்
இல்லை என்றேன்
மறுமுறை வந்தான்
பிரமிளுடைய புத்தகம் கேட்டான்
நல்ல புத்தகம் என்றேன்
மீண்டும் ஒரு நாள்
தேவதேவனின் புத்தகம் இருக்கா என்றான்
இரவல் போய்விட்டது என்றேன்
ஒரு நாள் நண்பனின் வீட்டுக்குச் சென்றேன்
அவனது இளைய மகன்
பிரமிளுடைய கவிதைப் புத்தகத்தை
முன்அட்டை, பின் அட்டையைக் கிழித்து
நடுப்பக்கத்தைப் பேனாவால்

கிறுக்கிக் கொண்டிருந்தான்

ஒரு பூனை இங்கும் அங்கும்

அலைந்து கொண்டிருந்தது

நண்பன் வந்தான்

கு.அழகிரிசாமியின் புத்தகத்தை

என்னிடம் கொடுத்தான்

அவனது கை நடுங்கிக்கொண்டே இருந்தது

காரணம் எதுவும் கேட்கவில்லை

அவனது கையைப் பற்றிய எனது கையும்

நடுங்கிக்கொண்டே இருக்கிறது

காலத்தின் அலைக்கழிப்பில் .

சுவை கொடுக்கும் கனி

கனிந்த உன் மார்பைச்

சுவைத்து உண்கிறது குழந்தை

நீ உன் மார்பைக் கிளி கொத்தும் காயாகவும்

இரலை மான்குட்டி முட்டி முட்டி மோதிப்

பாலைச் சுவைப்பது போலவும் உணர்கிறாய்

உன் மார்புக் காம்பிலிருந்து கசிந்தொழுகும் அன்பு

வற்றாத ஊற்றை நினைவூட்டுகிறது

அவ்வூற்று ஆறாகப் பெருக்கெடுத்து

பாலை நிலம் எங்கும் பாய்ந்தோடிச் செழிக்கச் செய்கிறது

அந்நீரை உண்ட மண்

உயிர்ச்சத்தை உன்னதமாக உள்ளிழுத்துக் கொள்கிறது

நீ பூமியைப் பார்த்த வண்ணம் இருக்கிறாய்

பாலை நிலம் குறிஞ்சிப் பூவாய்ப் பூத்துக் கொண்டிருக்கிறது.

மனச்சித்திரம்

இரண்டு பூக்கள் பூக்கும் இடத்தில்
ஒரு நட்சத்திரம் பூவாக மாறி
எல்லா வேளையிலும் ஜொலிக்கிறது
அது வேர் முதல் நுனிவரை
பெண்ணின் முகத்தைத் தீட்டுகிறது
தீட்டிய அந்தச் சித்திரத்தில்
அற்புதத்தின் சாட்சியங்கள் நிரம்பிக் கிடக்கின்றன
ஒரு பெண் அதை ஒரு புகைப்படம் எடுக்கிறாள்
தன் வீட்டு வரவேற்பு அறையில்
ஆணி அடித்து மாட்டுகிறாள்
இளையோர் அந்தப் புகைப்படத்தை
வந்து வந்து பார்க்கிறார்கள்
அது தன் இருப்பிடத்தைத்
தூய நீரில்
தூய பாலில் வைத்திருக்கிறது.

உபசரிப்பு

உப்புக் காற்று வீசும் கடற்கரை மண்ணில்
நான் புலால்நாற்றத்தோடு இருக்கிறேன்
நீ வலை எடுத்துக் கடலில் வீசி
மீன்களைப் பிடிக்கிறாய்
நான் மீன்களை உப்புக் கண்டமாக்கி
உணவு செய்வதும்
நீ மீன்களைக் கொண்டு விருந்து செய்வதும்
ஏறக்குறைய ஒன்று போல் இருந்தாலும்
அந்த ஒன்று ஒன்றல்ல
ஒன்று போல் இருக்கும் ஒன்று.

யாருமற்ற தனிமை

யாருமற்ற தனிமையில் எங்கு அலைவது ?
யாருமற்ற தனிமையை எங்குக் கொண்டு செல்வது ?
இந்தத் தனிமை எவ்வளவு பெரிய கொடூரம்
எவ்வளவு பெரிய ஆபத்து
எவ்வளவு பெரிய வன்முறை
அந்த இடம் தீயில் கருகிய முகம் போல்
அல்லவா இருக்கிறது
வன்புணர்வு செய்யப்பட்ட துயர
அலையாகத் தானே அவ்விடம் இருக்கிறது
இங்குதான் ஓராயிரம் நகக்கண்களின் காயம்
உடைந்து சிதிலமாகிய பிளேடில் ரத்தத்தின் உறைதல்
சத்தம் தொனிக்கப்படாத அலறல்கள்
மூச்சின் தவிப்புகள்
அவயங்கள் மேல் விழுந்த அமில நொடிகள்
எத்தனை எத்தனை
அவை மறுப்பேதும் பேசாத நிலையில்
அழுகையைக் கொண்டிருக்கிறது
கண்ணாடியின் முன் நிற்காத

முகங்களைக் கொண்டிருக்கிறது
அரை மணி நேரமோ
ஒரு மணி நேரமோ
எவராலும் சமன் செய்ய முடியாத
அந்தத் தனிமையில்
ஓராயிரம் சொட்டுக் கொதிக்கும் கண்ணீரை
எங்கு வைப்பது ?
எங்கு மறைப்பது ?

நட்சத்திர விழி

எல்லார் கொடையைக் காட்டிலும்
உம் குருதிக்கொடை உயர்ந்திருக்கிறது
நீ வெய்யிலில் கரைந்து
பனியில் உருகி
நூறு டிகிரி கொதிநிலையில் ஆவியாகிறாய்
நீ வருகையிலும் ஆசீர்வதிக்கப்பட்டுப்
போகையிலும் ஆசீர்வதிக்கப்பட்டு
ஒரு கொத்து அடைமழையைத் தருகிறாய்
ஆணுக்கும் பெண்ணுக்கும்
சரிநிகர் விழிகளில் போசிக்கின்றாய்
வைரத்தின் வாளிலிருந்து
மின்னல் கீற்றை உருவிப் பரிசளிக்கிறாய்
உம் விழி
மானின் மருண்ட விழியும் அல்ல
மானுட மகளின் விழியும் அல்ல
அவை
நட்சத்திர விழி.

ஆரஞ்சு மிட்டாய்

1. சிறு குழந்தைக்கு ஆரஞ்சு மிட்டாய் ஒன்று கொடுத்தேன்
பதிலுக்கு அது தன் மூடிய கையை விரித்தது
அதில் இரண்டு மல்லிகை மொட்டுக்கள் இருந்தன
கையில் அவற்றை எடுத்தேன்
இந்தப் பூமி குழந்தையுடன் சேர்த்து என்னையும் சுற்றியது
ஒவ்வொரு சுற்றிலும் குழந்தை குலுங்கிக் குலுங்கிச் சிரித்தது
அப்பொழுது பூமி தன் மகிழ்ச்சியைக்
குழந்தையிடமும் என்னிடமும் பாதியாய்ப் பகிர்ந்து கொண்டது

2. மகளின் பிறந்தநாளுக்கு
இனிப்புகள் வெட்டிக் கொண்டிருந்தோம்
தொலைவில் இருந்த கசப்புகள்
அருகில் வந்து இனிப்பாகின

3. காணக் கிடைக்காத
களாக்காயை
அன்று குழந்தைகள்
காக்காக் கடி கடித்து உண்டார்கள்

ஈஸ்டர் ராஜ்

நிகழ்காலத்தில் காக்காக் கடி கடித்து
உண்ட குழந்தைகளை நீங்கள் எங்கேயும் பார்த்ததுண்டா.?

4. குழந்தைகள் ஊதா நிறப் பந்தை
தூக்கிப்போட்டு விளையாடிக் கொண்டிருந்தார்கள்
குழந்தைகள் அறியாத நொடிப் பொழுதில்
ஊதா நிறப் பந்து
துப்பாக்கி ஏந்திய ஒருவனிடம் சிக்கிக் கொண்டது
குழந்தைகள் அழுது கொண்டே கேட்கிறார்கள்
ஊதா நிறப் பந்தைக் கொடு
ஊதா நிறப் பந்தைக் கொடு என்று
அவன் ஊதா நிறப் பந்தைக்
கொஞ்சம் கொஞ்சமாகச் சிதைத்துக் கொண்டே இருக்கிறான்
குழந்தைகள் பூமியில் புரண்டு புரண்டு அழுகிறார்கள்

5. நீரில் அக்கா மீனும் தங்கை மீனும் நீந்திக் கொண்டே இருந்தன
கூடவே நிலா வந்தது
நட்சத்திரம் வந்தது
மலை குன்று அருவி வந்தது

நானும் வந்தேன்
இதெல்லாம் ஒரு செயலா என்கிறான் ஒருவன்

6. குட்டி முயலின் காதை வெட்டி
பெரிய முயலுக்குப் பொருத்திக்
குழந்தை விடாது சிரித்துக் கொண்டே இருக்கிறது
அந்நேரம் குழந்தையின் அம்மா
தன் இரு காதுகளைச்
சரிபார்த்துக் கொண்டிருந்தாள்
கண்ணாடி முன் நின்று.

கடல் பார்த்தல்

எல்லா நேரமும் அழ வைக்கும் நீங்கள்
இம்முறை என்னை அழவைக்க முடியாது
என் கண்ணீர் இந்தக் கடலோடு கலந்து விட்டது
நீங்கள் நீரை அள்ளிப் பார்க்கும் ஒவ்வொரு முறையும்
உங்கள் ஒளிமுகத்தைக் காண்கிறீர்கள்
நான் என் கண்ணீரையே உப்புநீராகக் காண்கிறேன்
ஒவ்வொரு முறை நான் அழும்போதெல்லாம்
என் கண்ணீரின் வெப்பக் கொதிநிலை
என் கண்ணை விட்டு வெளியேறி
மண்ணுக்குள் புகுந்தது
நேற்றைக்கும் நேற்றைக்கு முந்தைய தினமும்
ஓர் ஓடத்தையும் ஒரு கப்பலையும் செய்து
என் கண்ணீரின் சாலையில் நீங்கள் பயணம் செய்யத் துடித்தீர்கள்
எப்போதும் துக்கமுகத்துடன் இருக்க
வனாந்திரம் முழுக்கப் புயல் காற்றை உருவாக்கினீர்கள்
இதயம் கிழிந்து தொங்கும் தருவாயில்
மனக்கதவை அடைத்தீர்கள்
விசிலையும் கொந்தளிப்பையும் கட்டவிழ்த்துவிட்டு

வேடிக்கை பார்க்க முன்வரிசையில் அமர்ந்தீர்கள்
விசில் அடிக்க எல்லோரையும்
ஊக்கப்படுத்தினீர்கள்
ஓர் இரவைக் கேளிக்கையாக்கி என்னமாய்ப்
பிரயாசப்பட்டீர்கள்
ஒரு முள்வேலியைக் கடக்கும் தருவாய்
எனக்கு நேர்ந்தது போல் எவருக்கும்
நேரக்கூடாது என்று
இதயத்திற்குள் நிரந்தர சமாதானம்
செய்து வைத்தேன்
கடவுளை இம்முறை எதிர்நோக்கிக் காத்திருந்தேன்
விடிய விடியக் கண்விழித்துக் காத்திருந்தேன்
கடவுள் என்னைக் கடந்து விட்டதாகக்
கேலி செய்து சிரித்தார்கள்
கடவுளை இம்முறை காண முடியவில்லை என்றால்
எப்போது காண முடியும் என்று
சற்றுத் தலைதூக்கி எட்டிப் பார்த்தேன்
பார்த்த நொடியில் சிரச்சேதம் செய்தார்கள் என்னை.

காக்கைகளின் உலகம்

1.மதில் சுவரில் நீண்ட வரிசையில்
அலைபோல் எழுந்து அமர்ந்த காக்கைகள்
உயிர் பலியாகின்றன மரத்தில்.

2.ஒரு வானத்திற்கும்
இன்னொரு வானத்திற்கும்
இடையில் பறந்த காக்கைகள்
வட்டமிட்டுக் கரைகின்றன
தன் இனத்திற்காக.

வாசிக்கப்படாத நூலகம்

அந்த நூலகத்தில் எந்தப் புத்தகமும் வாசிக்கப்படவே இல்லை
அவை அதன் போக்கில் அடுக்கி வைக்கப்பட்டிருக்கின்றன
மூச்சு விட நாசிகள் இருந்தும் மூச்சு விட முடியவில்லை
நா இருந்தும் பகுத்து உண்ண முடியவில்லை
செவிகள் இருந்தும் ருசிக்கப்படவே இல்லை
நூலகர் வருகிறார் பதிவேட்டைப் பார்க்கிறார்
ஒருவரும் கையொப்பமிடவில்லை
ஒட்டடை படிந்த நூலகம்
ஒளி பெறவில்லை கண்ணுக்கு
எல்லா மேடு பள்ளங்களையும் எப்படிக் கடந்து செல்வது?
எல்லாக் குழி குண்டுகளையும்
எப்படித் தாண்டிச் செல்வது?
விழியுள்ள நூலகரும் சமீப காலமாய் விழியற்றவராகிறார்.

வரைதல்

கொதிக்கும் வெயிலைக் கடந்து கொண்டிருந்தது நாய்
அதன் உடலில் கல்லடி
அது சதா குரைப்பதற்குக் காரணம்
நீதான் நீயேதான்
அது உன் உருவத்தைக் கண்ணில் வரைந்து வைத்திருக்கிறது.

அற்புதத்தின் நொடி

அற்புதத்தின் நொடியைக் கண்டறிந்து
பரிசளித்தவர் யார்?
அந்தக் காடியில் இருக்கும் கொடுங்கசப்பை
முதலில் கண்டறிந்தது
நீயும் அல்ல
நானும் அல்ல
அந்தத் தேன் சிட்டு.

காயத்திலிருந்து சுவைக்கும்
சுவையிலிருந்து காயத்திற்கும்

காயத்திலிருந்து சுவைக்கும்
சுவையிலிருந்து காயத்திற்கும்
ஓர் ஆப்பிள்
இரு கன்னம்
கொஞ்சம் சுவை
அதிக காயம்
ஒரு கூரான கத்தி
வாழ்வைத் துயரங்களோடு
இழுத்துக் கொண்டு ஓடுகிறது
மூச்சு வாங்கும் தார்ச்சாலையில்
நிழலற்ற ஒருவனின் வெய்யில்
எல்லா இடங்களிலும் கொதிக்கிறது
அமைதியற்றவனின் பேச்சு
அமைதியை இடைவேளை
இல்லாமல் கொல்லுகிறது
காலமே ஒரு பொய்யான முகத்தின் முன்
கொண்டு போய் நிறுத்தி

நஞ்சு கலந்த சொல்லைத் திரும்பத் திரும்ப
மண்ணில் உதிர்க்கிறது
ஒரு பச்சை மரம் அநேகக் காயங்களுடன்
திக்குத் தெரியாத காட்டில் புன்னகை பூத்த
முகத்தைக் காட்டுகிறது
அம்மரத்திற்கு நான் ஒரு கலசம்
தண்ணீரைக் கூட ஊற்றியது கிடையாது
மரம் கருணையின் கைகளால் செழித்துக்
கைநீட்டிக் கைநீட்டி அழைக்கிறது
ஓர் ஆப்பிளைப் பசித்த பொழுது கொடுத்தவாறு.

ஒரு நாள் வாழ்க்கை என்பது

மேல் வயிறு கீழ் வயிறு என்றெல்லாம் இல்லை
எப்போதும் பசி
நான் குழி விழுந்த கண்களால் பார்க்கிறேன்
நீ கொடூரத்தின் கண்களால்
தொழில் கூடத்தை நிறுவுகிறாய்
நான்
வேட்டு வருது வேட்டு வருது
வேகமாக ஓடுங்கள் என்று
சாலையில் வயிறு அழுந்த ஓடுவதும்
சக்கரத்தின் செயின் பல் உடைபட
தலை அடிபட்டுத் துடிப்பதும்
உனக்கு நகைச்சுவை மன்றமாகத் தெரியலாம்
எனக்கு ஒரு நாள் வாழ்க்கை என்பது
சாவில் இருந்து பிழைப்புக்கும்
பிழைப்பிலிருந்து சாவுக்கும் நகர்ந்து ஓடுவது.

துருவங்களின் வேர்

உன் சுழன்றடிக்கும் அன்பினால்

அந்தக் கைகாட்டி மரத்திற்கும்

தாய்மையின் அன்பு

தாய்மையின் அரவணைப்பு.

நினைவைக் கொல்லும் அலைகள்

அந்த ஒன்றை மறக்கவே நினைக்கிறேன் முடியவில்லை
காலை நண்பகல் இரவு எனத் தீயில்
வாட்டியபடியே இருக்கிறது
கழுத்தில் விழுந்த வெட்டுக் காயத்தைப்
படுக்கையில் படுத்துத்
தடவித் தடவிப் பார்க்கின்றேன்
இதயம் கனத்தபடி இருக்கிறது
நினைவைத் துழாவிய வேளை அமைதியைத்
தூர விலக்குகிறது
எல்லா அல்லல்களையும் மிஞ்சிய
கூடுதல் அல்லல்களால்
மனம் கலவரம் அடைகிறது
அந்த நேரத்தில் கழுத்திற்கு முன்
ஓங்கிய கத்தியைக் காட்டிலும்
ரத்தம் பீறிட்ட அந்த நிமிடத்திலிருந்து
கண்கள் மீளவே இல்லை.

அந்த ஊரின் கைகாட்டி மரம்

இன்று அந்த ஊரின் கைகாட்டி மரம்
என்னைக் கனிவோடு வரவேற்றது
அதன்பின் அந்த ஊரைப் பற்றிய நினைவுகளிலே
சிறிது சிறிதாகக் கரைந்து போனேன்
பிறகு அந்த ஊருக்குள் நுழைய நுழைய
எல்லாவித கனிவும் மாறி
குப்பையும் புழுதியுமாகக் கிடந்ததை அறிந்து திடுக்கிட்டேன்
சில குப்பைகள் முகத்திற்கு நேராகப் பறந்து வந்தன
சில புழுதிகள் காலில் ஒட்டியபடியே இருந்தன
என்ன செய்வது ?
ஒரு நூறு பேரைக் கொண்டு குப்பைகளைத்
தீவைத்துக் கொளுத்தி விடலாம்
புழுதியை ?.

வியாகுலத்தின் பாதை

1. அந்த நிமிடத்தில் துக்கம் விலகவே இல்லை
அவற்றைச்
சூரியனாலும் சந்திரனாலும்
ஏன் நட்சத்திரங்களாலும் கூட நீக்க முடியவில்லை
கைகளை வானத்திற்கு நேராக விரித்துப் பார்த்தேன்
ஆயிரம் துக்கத்தை விட ஆயிரத்தொன்றாவது துக்கம்
மேலெழுந்து இதயத்தைப் பிளக்கிறது.

2. ஒரு துக்கத்தின் மீது
வேறொரு துக்கத்தை வைக்கிறான்
ஓர் அரசியல்வாதி
ஒரு சமயவாதி
ஓர் அண்டை வீட்டுக்காரன்
ஏன் சமயத்தில் நான் கூட அப்படித்தான்.

3. துக்க முகத்தின் மீது

ஒரு பூ மலரவே இல்லல

பனி பொழியவே இல்லை

நட்சத்திரம் விழவே இல்லை

ஆனாலும் ஆனாலும்

அந்தக் காட்டில் அந்தக் குயில்

ஓயாமல் கூவிக்கொண்டே இருக்கிறது.

4. ஆயிரம் சந்தோச வெளிச்சத்தைத்

துரத்திக் கொண்டு ஓடுகிறது

சிறு வெயில்

சிறு புன்னகை.

5. விழியிழந்த பாடகன்

தன் வியாகுலத்தின் பாதையை

இசையால் நேர் செய்கிறான்.

புழுதிக் குருவியும் கவண் கல்லும்

என்னை நீ பொடிப்பையன் என்று தானே நினைத்தாய்
என் கையில் இருந்த கூழாங்கற்களை
மண்ணுருண்டை என்று நினைத்துப் பகடி செய்தாய்
வசைச் சொற்களை உன்னிடமிருந்து பெற்றது போல்
நான் எவரிடமும் பெற்றதே இல்லை
காயங்களை தழும்புகளை மனதில் நிறுத்திக்
கூழாங்கற்களைக் கூராக்கிக்
கைகளில் விளையாடிக் கொண்டிருந்தேன்
உன் பரிகாசத்தின் எல்லையில்
ரத்தம் சூடேறிக் கொண்டிருந்தது
உன்னிடம் விளையாட என் நரம்புகளைத்
தட்டி எழுப்பிக் கொண்டிருந்தேன்
ஆக்ரோஷத்தில் வீறு கொண்டு எழுந்த
ஒரு கூழாங்கல்
விசையின் அதிவேகத்தில்
உன் நெற்றியைப் பதம் பார்த்தது
நீயோ புழுதிக் குருவி அடிபட்டு விழுந்தது போல்
வீழ்ந்தாய் மண்ணில்

உன் நெற்றிக்கு வைத்த அதே குறி

இன்னும் மீதம் இருக்கிறது

என்னையும் என் மண்ணையும் ஆளத் துடிப்பவர்களுக்கு.

கலவி மயக்கம்

காலை பகல் கையறு மாலை
அனைத்திலும் உன்னுடன் உரையாட வேண்டும்
என் சன்னலை
உன் வீட்டு சன்னலோடு பொருத்தி
என் வீட்டு நிலைக் கதவை
உன் வீட்டு நிலைக் கதவோடு நிறுத்தி
அந்தக் குளிர் நிலவைக் காண வேண்டும்
குறுந்தொகையின் மெல்லிய வரிகளில்
அடியாழம் வரை சென்று
பூ உதிரும் ஓசையில் இன்பத்தில் ஏற்படும்
கலவி மயக்கம்
தித்திப்பு
தித்திப்பு
தித்திப்பு.

திராணியற்றவன்

பார்வையற்ற ஒருவன்
வழி அருகே அமர்ந்து பிச்சை கேட்டுக் கொண்டிருந்தான்
வருவோர் போவோர் எல்லாம் தன்னால் இயன்றதை
வீசிவிட்டுச் சென்றார்கள்
அவ்விழியற்றவன் தட்டுத் தடுமாறி
ஒவ்வொன்றாகச் சேகரித்துக் கொண்டிருந்தான்
ஒருமுறை ஒருவர்
தன் சட்டைப் பையில் உள்ள புத்தம் புதிய
இரண்டாயிரம் ரூபாய் நோட்டை
கத்தையாக எடுத்து விழியற்ற அவனிடம் போட்டுச் சென்றார்
அவன் பணத்தை எண்ணுவதற்கும் திராணியற்றவன்
அவன் அக்கத்தையாக உள்ள பணத்தில் ஒன்றை உருவி
அன்றைய நாளுக்குரியதை மட்டும் எடுத்துக் கொண்டு
மற்றவற்றை ஆலய முற்றத்தில் வைத்து விட்டான்
அன்றுதான் ஆலயம் திறக்கப்பட்டதை
விழியுள்ளவர்கள் கண்டார்கள் கண்கூடாக.

பாவம்

பாவம் எப்படிப்பட்டது தெரியுமா?
மண்டியிட்டு மண்டியிட்டு
அழுது புரண்ட பின்னும்
பாவம் தீயில் கொண்டு போய் விழ வைக்கிறது
சவக்குழிக்கு நேராகக்
காலை இழுத்துக் கொண்டுபோய் விட்டுவிட்டு
அது தன் வேலையை
மிகச் சரியாகச் செய்கிறது.

கதறல்

1. மூடிய கைகளில் சிலுவைகள் இல்லை
மூடிய கைகளில் வண்ணத்துப் பூச்சிகள் இல்லை
மூடிய கைகளில் பொற்காசுகள் இல்லை
மூடிய கைகளில் எதுவுமே இல்லை

2. ஒரு கையில் ஆணி
ஒரு கையில் சுத்தியல்
பாரெங்கும் ஒரே இருள்

3. இக்குரலைக் கவனித்துப் பாருங்கள்
இக்குரல் அண்டுவதற்கு இடமின்றி
அனாதையாகத் தனித்து அலையும்
ஒரு பறவையின் குரல்

குருதிப்பூ

ஒரு பூ என்னை மலையின் உச்சிக்கு அழைத்துச் சென்றது
அதன் சிகரத்தில் இருந்து பூமியைப் பார்க்க
இந்த உலகமே பூக்களால் மூடிக் கிடந்தது
அதன் வனப்பை வாயால் சொல்ல இயலாது
கண்களாலும் தீட்ட முடியாது
பூவின் நறுமணத்தால் தலை சுற்றிக் கீழே விழுந்தேன்
பகலும் இரவும் அப்படியே இருந்தது
சூரியன் மிதமான சூட்டால் கண்ணைத் திறக்க
நான் மயக்கத்தில் இருந்து விடுபடலானேன்
இந்த அகண்ட பூமியைக் கண்களால் விரிய விரியப் பார்க்கிறேன்
பார்த்த இடங்களில் எல்லாம் பூக்கள் இல்லை
ஒரே ரத்தச் சிவப்பு..

என் தொடு உணர்வின் ஓட்டம்

என்னைச் சந்திப்பவர்கள் எல்லாம்
உன் அன்பின் தூரம் எவ்வளவு என்கிறார்கள்
சிலர்
ஒரு கிலோ மீட்டர் தூரம் கொண்டதா?
இரண்டு கிலோமீட்டர் தூரம் கொண்டதா?
மூன்று கிலோமீட்டர் தூரம் கொண்டதா?
என்று கேட்கிறார்கள்
அவர்களுக்கெல்லாம் சொல்லுவேன்
என் அன்பின் தூரம் கிலோமீட்டர் தூரத்தில் சொல்ல முடியாது
அதற்கு எல்லை என்பது கிடையாது
ஒவ்வொரு கிலோமீட்டரிலும் என் இடைவிடாத
அதிர்வலை இருக்கும்
என் குழந்தைகள் அதில் தான் ஓடி ஓடி விளையாடுகிறார்கள்
என் மனைவி பூக்களைப் பறித்து அந்தச் சாலையில் போட்டு
வானவில்லின் நிறம் காண்கிறாள்
என் சகோதரிகள் மரத்தடி சாலையில் அமர்ந்து
குழந்தைகளுக்குக் கதை சொல்லிக் கொண்டிருக்கிறார்கள்
என் பெற்றோர்கள் சாலையோரமிருக்கும்

பசுந்தளிர்களைப் பிடுங்கி
ஆடுகளுக்குக் கொடுத்துக் கொண்டிருக்கிறார்கள்
எல்லாரும் இன்பத்தைப் பார்த்துக் கொண்டிருக்கும்
அந்தச் சாலையில்
சூரியன் தலையாட்டிக் கொண்டிருக்கிறது
ஒரு நெருப்புப் பூ நட்சத்திரங்களை
மரத்தில் ஏற்றிக் கொண்டிருக்கின்றது.

வாழ்க்கை அழைக்கிறது

வீடு அலுவலகம் எல்லாம் பாடு மரண காலம்
ரத்த அழுத்தத்தில் சிறிதேனும் இளைப்பாற நாட்களில்லை
கனவுகளில் ஓயாத விம்மல்கள்
அடுப்படியில் காந்தள் மலரின் மெல்லிய முகம் வாடி வதைகிறது
பம்பரச் சுழற்சியாய்ச் சுழல்கையில்
ஊற்றெடுக்கும் மாதவிடாய்க் காலங்களில்
அந்த மூன்று நாட்களில் முழங்கால்களின் வலியை
ஒரு பெண்ணிடம் கூட சொல்ல முடியவில்லை
பெருமூச்சுகளின் அவஸ்தைகளில் ஒவ்வொரு நாளும்
நான் சிலுவையில் அறையுண்டே சிலுவை சுமக்கின்றேன்
ஞாயிறு பெண்கள் பகுதியில் ச. தமிழ்ச்செல்வன்
அம்மி அரைக்கிறார்
சமையல் செய்கிறார்
துணி துவைக்கிறார்
அவரைக் கட்டிக் கொண்ட பெண்ணுக்குத்தான்
நிம்மதிப் பெருமூச்சு
மன அமைதி
கொடுத்து வச்ச மகராசி அவள்

அந்த ஒற்றை வரி வாழ்நாள் ஜீவிதத்திற்குப் போதும்

முதலில் எதைப் பற்றிப் பேசுவது
தீக்காயத்தைப் பற்றிப் பேசு என்றது ஒற்றை வரி
அந்த வரியில் இசை எழவே இல்லை
கடலில் அந்த அலை ஓயவே இல்லை
மௌனங்கள் உடைந்த அந்தப் பொழுதில்
காகத்தின் அழைப்பு அப்படித்தான் இருந்தது
ஒரு குஞ்சுப் பறவை கீச் கீச் என்று கத்திக் கொண்டே வட்டமிட்டது
ஒளி இழந்த அந்த மகனுக்கு அந்த ஒற்றை வரி
எப்படியோ பிடித்துப் போய்விட்டது
அந்த வரியைத் திரும்பத் திரும்பக் கேட்டுக் கொண்டே இருந்தான்
அந்த வரி வாழ்நாள் ஜீவிதத்திற்குப் போதும் என்றான்
எப்படி என்றேன்
இது
பள்ளங்களற்ற சமநிலைச் சாலையில் அழைத்துச் செல்லும்
சாரல், குளிர், காற்று, மழை கூடவே முத்தங்கள் கொடுக்கும்
அந்த மரக்கிளை நரம்புகள் தொட்டு
அணைப்பது சுகம் என்றான்

அவனது பேச்சில் அந்தத் தீக்காயத்தின் மேல்
ஒரு லாந்தர் விளக்கு அப்பொழுதுதான்
பற்றி எரிந்து கொண்டிருந்தது
விடிந்ததும் அந்த அந்திச் சூரியன்
அவன் விழிகளில் என்னமாய் ஊடுருவிச் சொன்னது
அந்த ஒற்றை வரி வாழ்நாள் ஜீவிதத்திற்குப் போதும் என்று

வெற்றிடத்தை நிரப்புதல்

குவியும் நெருப்பில்
குவியாத சாம்பலில்
ஈரம் ஒட்டிக்கொண்டே இருக்கிறது
அதில்
அவள் ஒரு தனித்தீவு
அவன் ஒரு தனியலை
இவர்களில்
யாரைக் காப்பாற்றுவது ?
யாரைக் கைவிடுவது ?

ஊருக்கு ஊர் வெவ்வேறான கழுமரங்கள்

நான் உதிர்ந்த நாவல் பழத்தைப் பொறுக்குகிறேன்
நீ பழரசத்தைப் பருகுகிறாய்
ஒரு வால் நீண்ட பறவை வேகமாகப் பறந்து வந்து
என் கையில் உள்ள ஒற்றை விதையைக்
கொத்திக் கொண்டு கடல் கடந்து வேகமாகப் பறந்து சென்றது
அவ் விதை மரங்களற்ற காட்டில்
துளிர்விட்டு எழுந்து மரமாக நிற்கிறது
அம்மரத்தில் நீ கழுமரம் செய்து கொண்டிருக்கிறாய்
கழுமரம் ஊருக்கு ஊர் வேறு வேறாக இருந்தாலும்
காத்தவராயன்கள் கழுவேற்றிக் கொல்லப்பட்டதை நினைத்தால்
உடல்கள் முப்பதாறு துண்டுகளாக வெட்டப்பட்டுத் துடிக்கின்றன.

பின்நவீனத்துவ உரையாடல்

பின்நவீனத்துவத்தின் குரல்
கழுத்தைக் குதறி ரத்தத்தை உறிஞ்சிக் குடித்துக் கொண்டிருக்கிறது
கண் பிதுங்கி மூச்சு அவஸ்தையாகிறது
காது சவ்வு கிழிகிறது
குறிப்பிட்ட தொலைவு எல்லாம்
வவ்வால் போல் தலைகீழாய்த் தொங்கிக் கொண்டிருக்கிறது
மனிதர்கள் முகம் பார்க்க மறந்து
பொருள்களோடு தீவிர உரையாடல் செய்கிறார்கள்
குடும்பங்கள் கல்லெறி பட்டுத் தகர்ப்புக்குள்ளாகின்றன
ஒருவன் வேசியைப் பின் தொடர்கிறான்
ஒருவன் உத்தமியைச் சாலையில் வைத்து அடிக்கின்றான்
நிகழ்கால யுத்தம்
பெண் நிமித்தம் மட்டுமல்ல
ஆண் நிமித்தமும்
சிறு பெரு முதலாளிகள் நிமித்தமும் உருவாகிறது
இதற்கெல்லாம் ஒருவன் டெரிடாவைத் துணைக்கு அழைக்கிறான்
லக்கானைச் சொந்தம் கொண்டாடுகிறான்
அல்தூசரை நண்பன் என்கிறான்

பிறகு அவனே

நான் டெரிடாவிடம் இருந்து வேறுபட்டவன் என்கிறான்

ஒரு பூரான் ஓராயிரம் தேளின் விஷத்தை

எழுத்தில் பரவவிட்டு மகிழ்ச்சி அடைகிறான்

காரணம் கேட்டால்

பூரான் சிதைந்து தேளாகிறது

தேள் சிதைந்து பாம்பாகிறது என்கிறான்

எது ஒன்று சிதைக்கப்படுகிறதோ

அது அந்த இடத்தில்

வேறொரு பொருள் தரும் என்று வாதிடுகிறான்

என்னைப் பொருத்தவரை

பின்நவீனத்துவம் என்பதும்

சிதைவு எழுத்து என்பதும்

அது பாம்புப் புற்று தான்

குளவிக் கூட்டுக்குள் கை வைத்தவரின் நிலைதான்.

புறாவின் உலகம்

புறா தன் சிறகுகளால்
பூமியை அழகாக விரிக்கிறது
அதன் பால்நிறம் நதியில் கலந்து வெண்மையாகிறது
அது கடலைக் கடந்து செல்கையில்
கடல் அமைதி பெறுகிறது
கொந்தளிக்கும் நீர் குளிர்ச்சியடைகிறது
எல்லையற்ற கண்ணீரோ எல்லையற்ற துக்கமோ
அதன் முகத்தில் இல்லவே இல்லை
அது வானத்தில் பறந்து திரிந்தாலும் வனத்தில் பறந்து சென்றாலும்
அதற்கென்று ஓர் அசைவு அதற்கென்று ஓர் உயர்வு இருக்கிறது
ஒரு பச்சையம் அது கால்வைக்க வளர்கிறது
ஒரு நதி
அது
பறக்கும் போது பாய்ந்து ஓடுகிறது
இப்படித்தான் தோழர்களே
நீங்களும் நானும்
சிறு அசைவு சிறு உயர்வும் பெற்ற போதும்
அது புறாவின் அசைவு
புறாவின் உயர்வு போலாகுமா?

கூந்தல்

கைகள் வரையாத ஆதி ஓவியம்

மழை இருட்டு

சாயம் போகாத காரிருள்

ஒரு வரி கோடு

கண்ணை வசீகரிக்கும் தூரத்து நிறம்

மருதாணிக் கரும்பச்சை

துளித்துளியாய்ப் பெருகும் ஈரம்

மொத்த மழையையும் உள்ளிழுக்கும் காடு

வெப்பத்தைச் சீராக வைக்கும் பனி நிலம்

உடையும் வானவில் மேகம்

வண்டுகள் பறக்கும் புலனம்

ஊறிய மதுவின் தேன் சுவை

ஆதாம் தொலைந்த முதலிடம்

ஆயுதங்களை வீழ்த்திய ஒற்றை மலர்

வெய்யில் படுத்துறங்கும் நண்பகல்

காலடியில் சேர்க்கும் கற்றைக் கூந்தல்

மல்லிகை வாசம்

ஐவகை வகுத்த இலைகளின் சுவடு

கூந்தல் கூந்தல் கூந்தல்
அந்தக் கூந்தலில்
கூதிர் காலத்துப் பனி
பூக்களைப் பூக்கச் செய்கின்றன
வண்டுகளைத் தேன் உண்ண அழைக்கின்றன.

குழந்தைகளோடு விளையாடும் சூரியன்

பசுமையான
இந்தக் காலைப் பொழுது
உன்னுடன் பேச நீண்ட நேரம் காத்திருந்தேன்
வந்தவன்
உன்னுடன் பேச ஒன்றுமில்லை என்றான்
அவனது பேச்சில்
ஈர நிலம் காய்ந்த சருகானது
உடல்கூசி
ஓரடி பின் வாங்கி நின்றவன்
நின்ற இடத்தில்
மரம் சடசடவென்று உடைந்தது
அந்தப் பசுமை கொஞ்சம் கொஞ்சமாகக்
கண்ணை விட்டு விலகிக் கொண்டிருந்தது
அந்தப் பகல்
ஒரு பிரார்த்தனையில் ஒளியேற வில்லையோ
என்று தோன்றியது
அந்நேரம்
இரு குழந்தைகள்

பந்தை இங்கும் அங்கும் போட்டு
விளையாடிக் கொண்டிருந்தன
மறையத் தொடங்கிய சூரியன்
குழந்தைகள் விளையாட்டில்
அதுவும் தன் பங்கிற்குக்
கொஞ்சம் விளையாடியது
கண்ணை விட்டு விலகிய பசுமை
இரு குழந்தைகள் விளையாட்டில்
செம்பழுப்பாய்ச் சிவந்து நின்றது
அடிவானில் அடிமனதில்.

ஜென் கவிதை வரியைத் திறந்து விடுபவன்

தடுமாற்றமே இல்லாமல் பெய்யும்
அந்த மழையில்
மனநிலை பிறழ்ந்த ஒருவன்
என்னமாய்க் குளிக்கிறான்
அவன் ஒரு ஜென் கவிதையின் வரியை
இதயத்தில் திறந்து விடுகிறான்
ஆர்ப்பாட்டமே இல்லாமல்
அவனது நெஞ்சுக் கூட்டிலிருந்து சிறகடித்துப் பறக்கின்றன
எண்ணற்ற அடைக்கலான் குருவிகள்.

ஈஸ்டர் ராஜ்

கசப்பேறிய வார்த்தை

கசப்பேறிய என் வார்த்தைகளை
அழுக்கு மூட்டையாய்க் கொண்டு சென்றவன்
அவ்வார்த்தையைச் சவுக்கார மண்ணால்
பரிசுத்தப்படுத்துவேன் என்றான்
அவன் சொல்லியும் பத்தாண்டுகள் கடந்துவிட்டன
வார்த்தையால் சீழ் வடிந்து காயப்பட்ட அவனை
விடாப்பிடியாக ஒரு முறை சந்தித்துக் கேட்டேன்
கசப்பேறிய வார்த்தை நஞ்சாக மாறி
என்னையே கொஞ்சம் கொஞ்சமாகக்
கொன்று கொண்டிருக்கிறது என்றான்
அவனது பெரும் விம்மலில் கண்ணீரின் வார்த்தையில்
இதயத்தில் இருக்கும் நஞ்சைப் பரிசுத்தப்படுத்த முடியாமல்
நாள்தோறும் துடித்துக் கொண்டே இருந்தான்
கடலில் இருக்கும் உப்பு சுவை மாறாது என்பது போல
என் இதயத்தில் இருக்கும் கசப்பேறிய வார்த்தையை
என்ன முயற்சி செய்தாலும் பிறவி குணம் மாறாது என்பது போல்
என் இதயத்தில் ஏதோ ஒரு மூலையில் ஒட்டி
என்னையும் சிறிது சிறிதாகக் கொன்று கொண்டே இருக்கிறது

நான் அந்தக் கசப்பேறிய வார்த்தையை எப்படியோ கடலில் தூக்கி எறிந்துவிட்டால் போதும் என்று பலமாகச் சிந்தித்துக் கொண்டிருக்கிறேன் இதயத்தில் ஏற்பட்ட கறை போகவே மாட்டேன் என்கிறது என்ன செய்வது?

இதயத்தில் சுமக்க வேண்டிய வரிகள்

அவன் எப்படிப்பட்டவனாக
இருந்த போதிலும்
அவனுக்காகச் சவப்பெட்டி
தேவையாக இருக்கிறது
அவனுக்காக ஒரு மெழுகுவர்த்தி
உருக வேண்டியிருக்கிறது
அவனுக்காக ஒரு கையறுநிலைப் பாடல்
பாட வேண்டியிருக்கிறது
அவனுக்காகச் சுடுகாடு வரை
செல்ல வேண்டி இருக்கிறது
அவனுக்காக இரண்டு சொட்டுக் கண்ணீரைச்
சிந்த வேண்டி இருக்கிறது
அவனுக்காகப் பிடிமண்ணை அள்ளி
மண்ணுக்கு மண்ணாகவும்
சாம்பலுக்குச் சாம்பலாகவும்
சொல்ல வேண்டியிருக்கிறது
அவனுக்காக ஒரு
கல்லறை வாசகம் தேட வேண்டியிருக்கிறது
அவனுக்காக அவன் அம்மாவைக்

காண வேண்டும் போலிருக்கிறது
நேற்று அவன் வாங்கிய கடனுக்காக
நான் கடன் பெற வேண்டி இருக்கிறது
இவை எல்லாவற்றிற்கும் மேலாகச்
சில ஆறுதல்கள் தேவையாக இருக்கின்றது
இந்த இடத்தில் நீயும் நானும்
அவன் படைத்த கவிதை வரிகளை
இதயத்தில் இரண்டு ஆணிகள் அடித்துச்
சுமக்க வேண்டியிருக்கிறது.

சொல்லென்பது

சொல்லென்பது எனக்கு
பழரசமாகவுமில்லை
இளநீராகவுமில்லை
தேநீராகவுமில்லை
பழங்கஞ்சியாகவுமில்லை
அது பூவோடும் காயோடும்
கனியோடும்
பூமியில் நிறைந்திருக்கிறது
எனக்கு மட்டும்
கசப்போடும் நஞ்சோடும்
வதைபட்டுக் கொண்டிருக்கிறது
அது வெட்டப்பட்ட ஒரு கிளை
வாடிக் கிடப்பது போல் கிடக்கிறது
தலை துண்டிக்கப்பட்ட
ஒரு கோழியின் உடல் போல்
துடியாய்த் துடிக்கிறது
அந்தச் சொல் கிளர்ச்சி கொள்ள
அதிகப்படியான வெய்யில் இடி மின்னலில்

கிடந்து தவிக்கிறது
கொல்லன் பட்டறையின் தீயில்
துவண்டு கொண்டிருக்கிறது
அதை நீங்கள் வருவிக்க
ஒரு நெல் மணியை எடுத்து
நாவில் கீறி
அம்மா சொல்லி வரவழைக்கிறீர்கள்
உண்மையில் சொல் என்பது
ஒரு சிறு பையன்
எழுத்துக்கூட்டிப் படிக்கும் சுகத்தில் உள்ளதா?
அல்லது
முன்னோர்கள் திரட்டிக் கொடுத்த
கலைச் சொல்லாக்கத்தின்
சுவையில் இருக்கிறதா?
எதுவாக இருக்கட்டும்
முதலில் சொல்லை
அதிகாரத்திற்கு உட்படுத்தும் ஆணவத்தை
எல்லாவித சக்தியோடும்
தகர்க்கவேண்டும்

பிறகு எல்லோருக்குமான
ஜனநாயகத்தை
கனத்தை
அது மீட்டெடுக்க வேண்டும்.

புதை மணல்

அவளது முத்தம் தளிர் பச்சை நிறத்தில் இருக்கும்
கிட்டப் போனால் விலகியோடும்
தூரப்போனால் நெருங்கி வரும்
சில நேரம் கற்களை மோத விட்டு மகிழ்ச்சி செய்யும்
சில நேரம் கற்கண்டை மோத விட்டு வேடிக்கை பார்க்கும்
கால் வட்டம் போடும்
அரை வட்டம் போடும்
முழு வட்டம் போடும்
நேர்கோட்டில் செல்லும்
கிடைமட்டம் பாயும்
தாவிக் குதிக்கும்
அவள் முத்தத்திற்கு இப்படித்தான் என்று வரையறை கிடையாது
கழுத்தளவு தண்ணீரில் மூச்சுத் திணறடிக்கும்
நொடிப்பொழுது காணாமல் போகும்
நொடிப்பொழுது கூடி இன்பம் துய்க்கும்
அதை ஒரு கைக்குழந்தையிடம் கொண்டு சென்றால்
பருவம் வந்தவனிடம் தஞ்சம் புகும்

ஈஸ்டர் ராஜ்

அவள் முத்தத்திற்கு உதடு சிறிது காமம் பெரிது
கடித்துக் கலவரப்படுத்தும்
இப்படித்தான் அவள் ஒரு முறை முத்தமிடச் சென்று
புதைமணலில் மாட்டிக் கொண்டாள்
அவளைக் காப்பாற்றுவதற்கு
அவருக்குப் பெரும்பாடாய்ப் போனது.

உலைக்களம்

இம்மட்டும் அம்மட்டும்

நான் வேண்டி நிற்பதெல்லாம்

முட்களால் கிழிக்கப்படாத

அந்த நொடியை.

மீதம் இருக்கும் வாழ்வு

அதிகாலைப் பொழுது
சின்னதாக ஒரு கையசைப்பில்
அன்றைய நாளுக்குள் நுழைந்தேன்
அன்றைய நாள் எனக்குப் பெரிய பெரிய
கையசைப்புகளைக் கொடுத்தது
கடல் பெரிய பெரிய ஆழி நீரின் அலையை
நெஞ்சில் வீசி வீசி எறிகிறது
சின்னதும் பெரியதுமான மீன் குஞ்சுகள்
உள்ளங்கையில் கிடைத்தன
அன்று சிப்பிகளையும் வலம்புரிச் சங்கையும்
கையில் எடுத்த மகிழ்ச்சி
மின்சார ஓட்டம் கையில் இருந்து தாவி
கண்ணுக்குள் தீப்போல் புகுகிறது
அடைமழையில் நனைந்த சுகத்தோடு வீடு செல்கிறேன்
பாரமான இதயம் உடைந்து சல்லிக் கல்லாகச் சிதறுவதை
அன்றுதான் உணர்ந்தேன்
சொர்க்கத்தின் மகிழ்ச்சி வேறு எங்கும் இல்லை
அன்றைய நாளின் சிறு கையசைப்பில் மீதம் இருக்கிறது

பாதையில் முள் விழுந்து கிடக்கிறது

காலையை விட இரவு அவ்வளவு நல்லதாக இல்லை
இரவைவிட நடுநிசி அவ்வளவு குளிர்ச்சியாக இல்லை
வேகமாக ஒளிரும் சைரன் சத்தத்தில்
திரும்பும் திசையில் போர்க்காலச் சூழல்
ஒரு சொட்டு அன்பில் உள்ளங்கைத் தவிப்பில்
எல்லாம் கரைந்து காணாமல் போனால்
எவ்வளவு சுகமாக இருக்கும்
அதை ஏன் செய்ய மறுக்கிறோம்?
கிழக்கின் அடிவான வெளுப்பில்
சூரியன் ஒளிக் கதிர்களை நீட்டும் போது
தீமைக்குத் தூபம் காட்டுவது
யாருடைய கொடுஞ்செயலில் சேரும்?
யாருடைய பாவப்பட்டியலில் அடங்கும்?
மோட்ச பாதையில் முள் விழுந்து கிடக்கிறது
பார்த்துப் போ நண்பா
என் குதிகால் ஏற்கனவே காயத்தால் துடிக்கிறது

உப்புத் தண்ணீர்

கிணறு தோண்டிய இடத்தில்
தண்ணீர் ஊற்றெடுப்பதற்குள்
கண்ணீர் ஊற்றெடுத்தது
அந்த இடத்தில் உயிர், ஆன்மா இரண்டும்
துயரப்பட்டுக் கொண்டிருந்தது
சாமி வந்து பிரார்த்தனை செய்து விட்டுப் போனார்
பெருக்கெடுத்தது உப்புத் தண்ணீர்.

கூத்தனின் வாழ்வு

கூத்தனின் வாழ்வு

காடு, மேடு, நகரமென அலைந்து

இசையின் ஒலியைக் கானகத்திலிருந்து

இதயத்திற்குத் திருப்பி விடுபவன்

ஒரு பண்டிதக் காரனாய் மனதிற்குள் புகுந்து

மெல்ல இதய நோயை விரட்டி அடிப்பவன்

ஆன்ம தரிசனத்தைப் பாடினியோடும் விறலியரோடும்

ராகத்தின் வழியாக இசையை அரங்கேற்றம் செய்பவன்

வெம்மையின் அழுக்குப் படிந்த மனது

போ என்றால் போகாது

சலவைக் கல்லில் அடித்துத் துவைத்தாலும் போகாது

கூத்தன் இசையில் போ என்றால் போகும்

நட்சத்திர ஒளி அவன் மூங்கிலில் எப்பொழுதும் விழுகிறது

துளையிடப்பட்ட நரம்பின் முறுக்கு அவன் கையின் இழுப்புக்கு

எப்போதும் கட்டுப்படும்

மொழியின் உச்சஸ்தாயியில் அவன் ஒரு வாழ்க்கையை

ஒரு மண் விட்டு ஒரு மண் நகர்த்திக் கொண்டு செல்கிறான்

அவன் கலைகளின் அரசன் தான்

ஆனாலும்

அவனுக்குள் மித மிஞ்சிய பசி

என்றைக்கும் இருந்து கொண்டே இருக்கிறது

உனக்காகவும் எனக்காகவும்

அவன் அந்தப் பசியைச்

சிறிது நேரம் தள்ளி வைக்கிறான்

சில நாளேனும் தள்ளி வைக்கிறான்

பொருளின் சுவையை இறைவன்

அவன் காதுகளில் வைத்தானே ஒழிய

நாவில் வைக்கவே இல்லை

அவனுக்குள் தோல் கருவியும்

துளைக் கருவியும் மாறி மாறித்

தாளம் போடுகிறது

கால்நடையாகவும் தலைச் சுமையாகவும்

இசைக்கருவியைக் கொண்டு செல்லும் அவன்

மனதார நேசிக்கிறான் மண் சார்ந்த வாழ்வை

அவனுக்குள் ஆகச் சிறந்த வாழ்வு என்பது

பாலைவன மண்ணில் இசையைத் துளிர் விடச் செய்வது.

வாழ்ந்து கெட்டவர்களின் வீடு

வாழ்ந்து கெட்டவர்களின் வீட்டில் இருக்கிறது

முகங்கள் அற்ற கண்ணாடி

இன்னும் இருக்கிறது என்ற சொல்

மறக்கப்படாத சில நினைவுகள்

ஏக்கப்பெருமூச்சு

துரோகத்தின் வலி

நன்றியுள்ள ஒரு நாய்

தூரப்போய் வாழவேண்டும் என்ற குமுறல்

இறைவனின் புகைப்படம்

முந்தானையில் துடைத்த கண்ணீர்

சிற்றலை

எல்லா அலைக்கழிப்பின்

மத்தியில்

உன் புன்னகை பயணத்தை நீட்டுகிறது.

வேப்பம் பூவாகும் மல்லிகை

நெல்லிக்கனியைப் புசித்து விட்டு

நீர் அருந்தினால் இனிக்குமே

அப்படியல்ல அவளது வாழ்க்கை

கரும்பங்காட்டுக்குச் சென்று

அதன் தோகை கிழிய உடல் அறுபடுமே

அப்படியானது அவளது வாழ்க்கை

சுட்ட செங்கற்களை அடுப்புக் கூட்டி

அரிசியைத் தேடுகிறாள்

உலை கொதித்துக் கொண்டிருக்கிறது

வற்றிய அவளது பானை

தானியக் களஞ்சியமாய் நிறையவில்லை

ஓர் அன்பின் நிமித்தம் இரண்டே இரண்டு முத்தங்கள்

அவள் வீட்டு வேப்பமரம்

முன் வாசலில் கிளை பரப்பிப் நிலம் பூத்து நிற்கிறது

அவள் வேப்பம் பூவைப் பார்க்கிறாள்

நாவில் கசக்கும் பூ மல்லிகைக் காடாய் மணக்கிறது

அவள் மேனியில்.

ஈஸ்டர் ராஜ்

பிழை

நாம் நாமாக இல்லாத போது
எதன் பொருட்டோ ஒருவன்
வீதியில் கத்திக் கொண்டே ஓடுகிறான்.